മഹാവതാർ ബാബാജി

മരണമില്ലാത്ത യോഗി

വിനോദ് നാരായണന്

Made with ❤ on the Notion Press Platform
www.notionpress.com

ഭാരതത്തിന്റെ ആത്മാവ് കാത്തുസൂക്ഷിക്കുന്ന ഋഷിപരമ്പരയ്ക്ക്
മുന്നിൽ പ്രണാമം അർപ്പിച്ചുകൊണ്ട്

ഉള്ളടക്കം

ആമുഖം

മരണമില്ലാത്ത മഹായോഗിയാണ് മഹാവതാർ ബാബാജി. ശ്രീകൃഷ്ണനും ശ്രീരാമനും അവതാരപ്പിറവികൊണ്ട് മാംസശരീരത്തെ ഭൂമിയിൽ ജീർണിപ്പിച്ചു കടന്നുപോയവരാണെങ്കിൽ മഹാവതാർ ബാബാജിയെപ്പോലുള്ളവർ രണ്ടായിരം വർഷത്തിനിപ്പുറവും ജീവിച്ചിരിക്കുന്നു. പല നൂറ്റാണ്ടുകളിൽ അദ്ദേഹത്തെ കണ്ട യോഗികളുടെ സത്യസാക്ഷ്യങ്ങൾ അതിന് തെളിവുകളായി നിരത്തപ്പെടുന്നു. പതിനെട്ട് സിദ്ധന്മാരിൽ പ്രധാനിയും ശ്രീമുരുക ഭക്തനുമായിരുന്ന ഭോഗരുടെ ശിഷ്യനായിരുന്നു ബാബാജി. സി.ഇ 203 ൽ അദ്ദേഹം ജനിച്ചു എന്നു പറയപ്പെടുന്നു. യേശുക്രിസ്തുവും മഹാവതാർ ബാബാജിയും അദ്ദേഹത്തിന്റെ സഹോദരിയായ പരിശുദ്ധാത്മാവ് എന്നറിയപ്പെടുന്ന മാതാജിയും ചേർന്ന ലോകത്തെ നാശത്തിൽ നിന്ന് സംരക്ഷിക്കാൻ നില കൊള്ളുന്നുവെന്ന് വിശ്വസിക്കപ്പെടുന്നു. 1861 ൽ ബ്രിട്ടീഷ് സർക്കാരിന്റെ കീഴിലുള്ള ഒരു ഉദ്യോഗസ്ഥനായിരുന്നു ശ്യാം ചരൺ ലാഹിരി മഹാവതാർ ബാബാജിയെ കണ്ടുമുട്ടിയതോടെ ബാബാജിയുടെ സാന്നിദ്ധ്യം ലോകത്തിന് വെളിപ്പെട്ടു. പിന്നീട് ശ്യാം ചരൺ ലാഹിരി യോഗിയായി മാറിയതോടെ ബാബാജിയുടെ ശരീര രൂപത്തിലായി എന്നതും കൗതുകകരമായ വസ്തുതയാണ്.

1

ബാല്യത്തിലേ യോഗവിദ്യയിലേക്ക്

തമിഴ്‌നാട്ടിലെ കാവേരി നദിക്കടുത്തു പറങ്കിപേട്ട എന്നാ സ്ഥലത്ത് എ.ഡി 203 ൽ രോഹിണി നക്ഷത്രത്തിലാണ് "മഹാവതാർ നാഗരാജ് ബാബാജി" എന്ന് അറിയപ്പെട്ടിരുന്ന നാഗരാജന്റെ ജനനം. കാർത്തിക ദീപാഘോഷവേളയിലായിരുന്നു ജനനം നടന്നത്. ബാബാജി, മഹാരാജ്, ത്രംബക ബാബ, മഹാമുനി, മഹായോഗി, ശിവ ബാബ എന്നീ പേരുകളിൽ അറിയപ്പെടുന്നു.

കേരളത്തിലെ മലബാർതീരത്തുള്ള ഒരു ഗ്രാമത്തിൽ നിന്ന് ഉന്നതകുലജാതനായ ഒരു നമ്പൂതിരി കുടുംബം, തമിഴ്‌നാട്ടിലെ ഈ കടലോരത്ത് കുടിയേറിപാർത്തു. നാഗരാജന്റെ അച്ഛൻ ഈ ഗ്രാമത്തിലെ ശിവൻകോവിലിലെ പൂജാരിയായിരുന്നു. മുരുക പ്രതിഷ്ഠ ഉണ്ടായിരുന്ന ഈ ക്ഷേത്രം ഇന്നും "കുമാരസ്വാമി ദേവസ്ഥാനം " എന്ന പേരിൽ അവിടെയുണ്ട്. അഞ്ചു വയസ്സുള്ളപ്പോൾ ഒരു പഠാണി, അടിമവേലയ്ക്ക് നാഗരാജിനെ തട്ടികൊണ്ടു പോകുകയും ,നാഗരാജനിൽ അപൂർവ്വതേജസ്സ് കണ്ടെത്തിയ ഒരു സന്യാസിസംഘം ആ ബ്രാഹ്മണബാലനെ താങ്കളുടെ കൂടെ ചേർക്കുകയും ചെയ്തു.

വേദങ്ങളും ഉപനിഷത്തുക്കളും മറ്റുപുരാണങ്ങളും ഹൃദിസ്ഥമാക്കിയിട്ടും ആ ബാലന് പൂർണ്ണമായ സംതൃപ്തി തോന്നിയില്ല, അങ്ങനെ കതിർഗ്രാമത്തിൽ വച്ച് ഭോഗനാഥർ യോഗിയെ കണ്ടുമുട്ടി അദ്ദേഹത്തിന്റെ ശിഷ്യത്വം സ്വീകരിച്ചു. യോഗസാധനയും

ധ്യാനക്രിയായോഗങ്ങളും അഭ്യസിച്ച നാഗരാജൻ, ക്രിയയോഗത്തിലെ സൂക്ഷ്മവശങ്ങൾ ഹൃദിസ്ഥമാക്കി അത്യുന്നതമേഖലകളിൽ എത്തിച്ചേർന്നു.

സിദ്ധാന്തയോഗയും ക്രിയാകുണ്ഡലിനീ പ്രാണായാമസാധനയും ക്രിയായോഗസിദ്ധാന്തത്തിലെ അത്യപൂർവ്വ യോഗവിദ്യകളും കൈവരിക്കുന്നതിനായി ആചാര്യനായ 'അഗസ്ത്യമുനി"യെ തപസ്സുചെയ്തു പ്രത്യക്ഷപ്പെടുത്താൻ ഭോഗനാഥർ നിർദേശിച്ചു.

യുഗങ്ങൾക്കു മുൻപ് കൈലാസപർവ്വതത്തിൽ വച്ചും, കശ്മീരിലെ അമർനാഥ് ഗുഹയിൽ വച്ചും ശ്രീപരമശിവൻ പാർവ്വതിദേവിക്ക് "ക്രിയാകുണ്ഡലിനീപ്രാണായാമയോഗവിദ്യ" ആദ്യം ഉപദേശിച്ചു കൊടുത്തു. പിന്നീട് ഭഗവാൻ അഗസ്ത്യർക്കും, നന്ദിദേവനും, തിരുമൂളാർക്കും ഈ വിദ്യ ഉപദേശിച്ചു കൊടുത്തിരുന്നു.

തമിഴ്നാട്ടിലെ തിരുനെൽവേലി ജില്ലയിലെ പൊതിഗൈ മലയിൽ ഊണും ഉറക്കവും വിശ്രമവുമില്ലാതെ 48 ദിവസം ഉഗ്രതപസ്സു ചെയ്ത നാഗരാജൻ അഗസ്ത്യരെ പ്രത്യക്ഷപ്പെടുത്തി. ക്രിയാകുണ്ഡലിനീപ്രാണായാമയോഗ വിദ്യയുടെ രഹസ്യം മനസ്സിലാക്കുകയും ഹിമാലയത്തിലെ ബദരിനാഥ് ക്ഷേത്രത്തിനു പിൻഭാഗത്തുള്ള ദുർഘടമായ വഴിയിലൂടെ സന്തോപാന്ത് തടാകത്തിനു സമീപം പോകാനും അവിടെ സ്ഥിരമായിയിരുന്നു ലോകം കണ്ടിട്ടുള്ള ഏറ്റവും മഹാനായ സിദ്ധയോഗിയായി തീരുവാനും അഗസ്ത്യാർ നാഗരാജനെ അനുഗ്രഹിച്ചു.

2

മരണമില്ലാത്ത യോഗി

പൊതിഗൈമലയിൽ നിന്നും ബദരിനാഥിൽ എത്തിയ നാഗരാജൻ, വ്യാസ മഹർഷി മഹാഭാരതം രചിച്ച ,സരസ്വതി നദീതീരത്തുള്ള വ്യാസഗുഹയിൽ തുടർച്ചയായി 18 മാസം ഏകാന്തതപസ്സിൽ ഏർപ്പെട്ടു . ഭോഗനാഥരിൽ നിന്നും അഗസ്ത്യരിൽ നിന്നും അഭ്യസിച്ച എല്ലാവിധ ക്രിയായോഗകളും ഈ തപസ്സിനിടയിൽ ആവർത്തിച്ച് പരിശീലിച്ചു . മാനസികവും അഭൗമവും അലൗകികവുമായ മാറ്റം ഉണ്ടാകുകയും ,അദ്ദേഹത്തിൻ. പ്രായത്തിനു അതീതവും ദുഷിപ്പിക്കാനാവാത്തതുമായ അദ്ദേഹത്തിന്റെ ഭൗതികശരീരം സുവർണ്ണപ്രഭയോടെ തിളങ്ങി . മരണമില്ലാതെ, ചിന്തകൾക്കും അധ്യാത്മിക സിദ്ധാന്തങ്ങൾക്കും, അനുഭവങ്ങൾക്കും അതീതനായി ബാബാജി, 25 വയസ്സുള്ള ഒരു യുവാവായി സ്ഥിരം കാണപ്പെടുന്നു ...

സ്വരൂപസമാധിയിലെത്തിയ നാഗരാജൻ (ബാബാജി), ഈശ്വരസാക്ഷാത്കാരത്തിനായുള്ള തന്റെ നിയോഗം മനസ്സിലാക്കി, മനുഷ്യനന്മയ്ക്കായി പ്രവർത്തിച്ചു വരുന്നു. ഒരു നൂറ്റാണ്ടിലും പൊതുജനവേദികളിൽ ഈ യോഗാചാര്യൻ പ്രത്യക്ഷപ്പെട്ടിട്ടില്ല. വളരെ ചുരുക്കം ശിഷ്യർക്കു മാത്രമേ അദ്ദേഹത്തിന്റെ ഭൗതികശരീരം കാണാൻ സാധിച്ചിട്ടുള്ളൂ.

ഈ അമരനായ ഗുരു തന്റെ ശരീരത്തിൽ പ്രായാധിക്യത്തിന്റെ ഒരുസൂചനയും കാട്ടുന്നില്ല. 25 വയസുള്ള ഒരു യുവാവായി അദ്ദേഹം സ്ഥിരം കാണപ്പെടുന്നു. തൂവെള്ളനിറവും സാധാരണ ഉയരവും അതിനോത്ത യോഗവിദ്യകൊണ്ടു ബലിഷ്ഠമായ ശരീരഘടനയും ,ശാന്തവും ദയാർ ദ്രവുമായ കറുത്ത കണ്ണുകളും ,ശരീരത്തിനുച്ചുറ്റും

സദാ ദീപ്തിപൊഴിക്കുന്ന പ്രഭാവലയവും അദ്ദേഹത്തിന്റെ സവിശേഷതകളാണ്. ബാബാജിയുടെ ശിഷ്യപരമ്പരയിൽ അത്യധികം ആത്മീയോന്നതി നേടിയ രണ്ടു അമേരിക്കൻ ശിഷ്യന്മാരുണ്ട്. അവരാണു ഇന്ന് നമ്മൾകാണുന്ന ബാബാജിയുടെ ചിത്രം വരച്ചത്.

ബാബാജി സ്വയമേവ വിചാരിച്ചാലേ മറ്റുള്ളവർക്ക് അദ്ദേഹത്തെ കാണുവാൻ കഴിഞ്ഞിരുന്നുള്ളൂ എന്ന് ശിഷ്യന്മാർ പറയുന്നു. ജീർണ്ണതയില്ലാത്ത അദ്ദേഹത്തിന്റെ ശരീരത്തിനു ഭക്ഷണമോ ജലമോ ആവശ്യമില്ലെന്ന്. എങ്കിലും പഴങ്ങളോ പാലും നെയ്യും ചേർത്തു പാകം ചെയ്ത ധാന്യ ഭക്ഷണമോ ശിഷ്യന്മാരുടെ നിർബന്ധ പ്രകാരം കഴിക്കാറുണ്ട്. ബബാജിയുടെ നിർദ്ദേശ പ്രകാരം രൂപികരിച്ച 'ക്രിയാ ബാബാജി സംഘം' എന്ന സംഘടനയ്ക്ക് ഇന്ന് ലോകമെമ്പാടും നൂറു കണക്കിനു ശാഖകളുണ്ട്. അമേരിക്കയിലും കാനഡയിലും മാത്രം മുന്നൂറുശാഖക ളുണ്ട്. ബാബാജിയുടെ പേരിലുള്ള നിരവധി ട്രസ്റ്റുകളും പ്രസിദ്ധീകരണശാലകൾ തുടങ്ങി അനേകം സംഘടനകളും പ്രവർത്തിക്കുന്നു.

അതിദുർഘടമായ ഹിമമടക്കുകളിൽ സ്ഥിതിചെയ്യുന്ന ബദരീനാഥിലെ ഗൗരീശങ്കരപീഠം ആശ്രമത്തിൽ ഇരുന്നുകൊണ്ട് ബാബാജിയുടെ ദിവ്യദൃഷ്ടികൾ എല്ലാ സംഘടനയുടേയും മേൽനോട്ടം നടത്തുന്നു. ശിഷ്യനായ ശ്രീ രാമയ്യയുടെ സൂചനപ്രകാരം 'വേൾഡ് റിലീജിയൻ യോഗ' യുടെ നൂറാമത്തെ പാർലമെന്റിൽ സത് ഗുരു ബാബാജി നാഗരാജ് പൊതുജന മദ്ധ്യത്തിൽ പ്രത്യക്ഷപ്പെടും. അത് 2053 ൽ ആണ്, നമുക്കും കാത്തിരിക്കാം ആ മഹാനുഭാവന്റെ തിരുസ്വരൂപം കാണാൻ.

ശ്രീ പരമഹംസ യോഗനന്ദ രചിച്ച "ഒരു യോഗിയുടെ ആത്മകഥ" എന്ന ഉത്കൃഷ്ടവും ജീവസുറ്റതുമായ സാഹിത്യസൃഷ്ടിയിലൂടെയും ശ്രീ എം.കെ രാമചന്ദ്രൻ രചിച്ച തപോഭൂമി ഉത്തരാഖണ്ഡ് എന്ന പുസ്തകത്തിൽ നിന്നുമാണ് മിക്കവരും ശക്തനായ, സർവവ്യാപിയായ ഈ ഗുരുവിനെ പറ്റി മനസിലാക്കിയത്.

ബാബാജിയുടെ വരക്കപ്പെട്ട ചിത്രം

3

യോഗാനന്ദയുടെ സാക്ഷ്യം

ഒരു യോഗിയുടെ ആത്മകഥയില്‍ ശ്രീ യോഗാനന്ദ ഇങ്ങനെ എഴുതി

'ബദരിനാരായണനടുത്തുള്ള വടക്കന്‍ ഹിമാലയന്‍ മലനിരകള്‍ ഇപ്പോഴും ലാഹിരി മഹാസയയുടെ ഗുരുവായ ബാബാജിയുടെ ജീവനുള്ള സാന്നിധ്യത്താല്‍ അനുഗ്രഹീതമാണ്. സി.ഇ 203 ല്‍ ജനിച്ച എന്റെ യജമാനന്‍ നൂറ്റാണ്ടുകളായി, ഒരുപക്ഷേ സഹസ്രാബ്ദങ്ങളോളം തന്റെ ശാരീരിക രൂപം നിലനിര്‍ത്തിയിട്ടുണ്ട്. മരണമില്ലാത്ത ബാബാജി ഒരു അവതാരമാണ്. ഹൈന്ദവ ഗ്രന്ഥങ്ങളില്‍, അവതാരം എന്നത് ദൈവികതയുടെ മനുഷ്യ മാംസത്തിലേക്കുള്ള കടക്കലിനെ സൂചിപ്പിക്കുന്നു.

"ബാബാജിയുടെ ആത്മീയ അവസ്ഥ മനുഷ്യ ഗ്രഹണത്തിന് അപ്പുറമാണ്," ശ്രീ യുക്തേശ്വര്‍ എന്നോട് വിശദീകരിച്ചു. "മനുഷ്യരുടെ ഹ്രസ്വമായ കാഴ്ചയ്ക്ക് അതീതനാണ് അവന്. അവന്റെ അതീന്ദ്രിയ നക്ഷത്രത്തിലേക്ക് തുളച്ചുകയറാന്‍ മനുഷ്യ ദൃഷ്ടിക്ക് കഴിയില്ല. അവതാരത്തിന്റെ നേട്ടം ചിത്രീകരിക്കാന്‍ പോലും പലരും വെറുതെ ശ്രമിക്കുന്നു. പക്ഷേ അത് അചിന്തനീയമാണ്."

ബാബാജിയുടെ കുടുംബത്തെക്കുറിച്ചോ ജന്മസ്ഥലത്തെക്കുറിച്ചോ, ചരിത്രകാരന്റെ ഹൃദയത്തിന് പ്രിയപ്പെട്ട, പരിമിതമായ വസ്തുതകളൊന്നും ഇതുവരെ കണ്ടെത്തിയിട്ടില്ല. അദ്ദേഹത്തിന്റെ സംസാരം പൊതുവെ ഹിന്ദിയിലാണ്, എന്നാല്‍ ഏത് ഭാഷയിലും അദ്ദേഹം എളുപ്പത്തില്‍ സംസാരിക്കും. അദ്ദേഹം ബാബാജി (ബഹുമാനപ്പെട്ട പിതാവ്) എന്ന ലളിതമായ നാമം സ്വീകരിച്ചു; മഹാമുനി ബാബാജി മഹാരാജ് (പരമോന്നത പരമാനന്ദ

സന്യാസി), മഹായോഗി (യോഗികളിൽ ഏറ്റവും മഹത്തായ), ട്രംബക് ബാബ, ശിവബാബ (ശിവന്റെ അവതാരങ്ങളുടെ തലക്കെട്ടുകൾ) എന്നിവയാണ് ലാഹിരി മഹാശയയുടെ ശിഷ്യന്മാർ അദ്ദേഹത്തിന് നൽകിയ മറ്റ് ബഹുമാന പദവികൾ. ഭൂമിയിൽ നിന്ന് മോചിപ്പിക്കപ്പെട്ട ഒരു യജമാനന്റെ രക്ഷാധികാരി നമുക്ക് അറിയാത്തതിൽ കാര്യമുണ്ടോ?

"ആരെങ്കിലും ബാബാജിയുടെ നാമം ഭക്തിപൂർവ്വം ഉച്ചരിക്കുമ്പോഴെല്ലാം, ആ ഭക്തൻ തൽക്ഷണ ആത്മീയ അനുഗ്രഹം ആകർഷിക്കുന്നു" എന്ന് ലാഹിരി മഹാശയ പറഞ്ഞു.

മരണമില്ലാത്ത ഗുരുവിന്റെ ശരീരത്തിൽ പ്രായത്തിന്റെ അടയാളങ്ങളൊന്നുമില്ല; അവൻ ഇരുപത്തിയഞ്ച് വയസ്സിൽ കൂടുതലല്ലെന്ന് തോന്നുന്നു. നല്ല തൊലിയുള്ള, ഇടത്തരം ശരീരവും ഉയരവും ഉള്ള, ബാബാജിയുടെ സുന്ദരമായ, കരുത്തുറ്റ ശരീരം ഒരു പ്രകടമായ തിളക്കം പ്രസരിപ്പിക്കുന്നു. അവന്റെ കണ്ണുകൾ ഇരുണ്ടതും ശാന്തവും ആർദ്രവുമാണ്; അവന്റെ നീണ്ട, തിളങ്ങുന്ന മുടി ചെമ്പ് നിറമുള്ളതാണ്. വളരെ വിചിത്രമായ ഒരു വസ്തുത, ബാബാജിക്ക് തന്റെ ശിഷ്യനായ ലാഹിരി മഹാശയനോട് അസാധാരണമായ കൃത്യമായ സാമ്യമുണ്ട്. സാമ്യം വളരെ ശ്രദ്ധേയമാണ്, അദ്ദേഹത്തിന്റെ പിന്നീടുള്ള വർഷങ്ങളിൽ, ലാഹിരി മഹാശയ യൗവനരൂപിയായ ബാബാജിയുടെ പിതാവായി മാറിയിരിക്കാം.

ശൈവരൂപം

4

അത്ഭുതകഥകള്‍

സ്വാമി യോഗാനന്ദയുടെ സംസ്കൃത അധ്യാപകനായ സ്വാമി കേബലാനന്ദ, ഹിമാലയത്തില്‍ ബാബാജിയോടൊപ്പം കുറച്ചുകാലം ചിലവഴിച്ചു.

"സമത്വമില്ലാത്ത യജമാനന്‍ തന്റെ സംഘത്തോടൊപ്പം പര്‍വതങ്ങളില്‍ നിന്ന് മറ്റൊരിടത്തേക്ക് നീങ്ങുന്നു," കേബലാനന്ദ എന്നോട് പറഞ്ഞു. "അദ്ദേഹത്തിന്റെ ചെറിയ സംഘത്തില്‍ ഉന്നത നിലവാരം പുലര്‍ത്തിയ രണ്ട് അമേരിക്കന്‍ ശിഷ്യന്മാരുണ്ട്. ബാബാജി കുറച്ചുകാലം ഒരു പ്രദേശത്ത് കഴിഞ്ഞതിന് ശേഷം അദ്ദേഹം പറയുന്നു: 'ദേര ദണ്ഡ ഉത്താവോ.' ('നമുക്ക് ഞങ്ങളുടെ ക്യാമ്പും സ്റ്റാഫും ഉയര്‍ത്താം.') അവന്‍ ഒരു പ്രതീകാത്മക ദണ്ഡ (മുളയുടെ വടി) വഹിക്കുന്നു. അവന്റെ വാക്കുകള്‍ തന്റെ സംഘത്തോടൊപ്പം മറ്റൊരിടത്തേക്ക് തല്‍ക്ഷണം മാറുന്നതിനുള്ള സൂചനയാണ്. അവന്‍ എല്ലായ്പ്പോഴും ഈ ജ്യോതിഷ യാത്രാ രീതി അവലംബിക്കില്ല; ചിലപ്പോള്‍ അവന്‍ കൊടുമുടിയില്‍ നിന്ന് കൊടുമുടിയിലേക്ക് കാല്‍നടയായി പോകുന്നു.

"ബാബാജി ആഗ്രഹിക്കുമ്പോള്‍ മാത്രമേ മറ്റുള്ളവര്‍ക്ക് കാണാനോ തിരിച്ചറിയാനോ കഴിയൂ. വിവിധ ഭക്തര്‍ക്ക് അല്‍പ്പം വ്യത്യസ്തമായ രൂപങ്ങളില്‍ - ചിലപ്പോള്‍ താടിയും

മീശയുമില്ലാതെ, ചിലപ്പോള്‍ അവരോടൊപ്പം പ്രത്യക്ഷപ്പെട്ടതായി അറിയപ്പെടുന്നു. ആ ശരീരത്തിന് ഭക്ഷണമൊന്നും ആവശ്യമില്ല. ഗുരു അപൂര്‍വ്വമായി മാത്രമേ ഭക്ഷണം കഴിക്കാറുള്ളൂ, സന്ദര്‍ശിക്കുന്ന ശിഷ്യന്മാരോടുള്ള ഒരു സാമൂഹിക മര്യാദ എന്ന നിലയില്‍, അവന്‍

ഇടയ്ക്കിടെ പഴങ്ങളോ, അല്ലെങ്കിൽ പാലിലും വെണ്ണയിലും പാകം ചെയ്ത ചോറും സ്വീകരിക്കുന്നു.

"ബാബാജിയുടെ ജീവിതത്തിലെ അത്ഭുതകരമായ രണ്ട് സംഭവങ്ങൾ എനിക്കറിയാം," കേബാലാനന്ദ തുടർന്നു. "അദ്ദേഹത്തിന്റെ ശിഷ്യന്മാർ ഒരു രാത്രി പവിത്രമായ ഒരു വൈദിക ചടങ്ങിനായി ആളിക്കത്തുന്ന ഒരു വലിയ അഗ്നിക്ക് ചുറ്റും ഇരിക്കുകയായിരുന്നു. ഗുരു പെട്ടെന്ന് കത്തുന്ന തീയോട് അടുത്തിരുന്ന ഒരു സന്യാസിയുടെ തോളിൽ ലഘുവായി അടിച്ചു.

"ഗുരോ, എത്ര ക്രൂരതയാണിത്! സന്നിഹിതനായിരുന്ന ലാഹിരി മഹാശയനാണ് ഈ വിരോധാഭാസം നടത്തിയിരിക്കുന്നത്..

"അവന്റെ മുൻകാല കർമ്മത്തിന്റെ വിധി പ്രകാരം നിങ്ങളുടെ കൺമുമ്പിൽ വെണ്ണീറായിരിക്കുന്നത് നിങ്ങൾ കാണുമായിരുന്നോ?'

"ഈ വാക്കുകളോടെ ബാബാജി സന്യാസിയുടെ വികൃതമായ തോളിൽ തന്റെ രോഗശാന്തി കൈ വച്ചു. 'ഇന്ന് രാത്രി ഞാൻ നിങ്ങളെ വേദനാജനകമായ മരണത്തിൽ നിന്ന് മോചിപ്പിച്ചിരിക്കുന്നു. നിങ്ങളുടെ കർമ്മനിയമം അഗ്നിയാൽ അനുഭവിച്ച നേരിയ യാതനയിലൂടെ തൃപ്തിപ്പെട്ടു.'

"മറ്റൊരവസരത്തിൽ, ഒരു അപരിചിതന്റെ വരവിൽ ബാബാജിയുടെ വിശുദ്ധ വലയം അസ്വസ്ഥമായി, യജമാനന്റെ പാളയത്തിനടുത്തുള്ള ഏതാണ്ട് അപ്രാപ്യമായ വരമ്പിലേക്ക് ആ മനുഷ്യന് അതിശയകരമായ വൈദഗ്ധ്യത്തോടെ കയറി വന്നു.

"ഗുരോ, താങ്കൾ മഹാനായ ബാബാജി ആയിരിക്കണം.

ആ മനുഷ്യന്റെ മുഖത്ത് പറഞ്ഞറിയിക്കാൻ പറ്റാത്ത ആദരവ് നിറഞ്ഞു.'ദുർഘടമായ ഈ പാറക്കെട്ടുകൾക്കിടയിൽ മാസങ്ങളോളം ഞാൻ നിനക്കായി നിരന്തരമായ തിരച്ചിൽ നടത്തി. എന്നെ ശിഷ്യനായി സ്വീകരിക്കാൻ ഞാൻ നിങ്ങളോട് അപേക്ഷിക്കുന്നു.'

"മഹാനായ ഗുരു മറുപടിയൊന്നും പറയാതെ വന്നപ്പോൾ, ആ മനുഷ്യൻ തന്റെ കാൽക്കൽ പാറക്കെട്ടുകൾ ചൂണ്ടിക്കാണിച്ചു.

"നിങ്ങൾ എന്നെ നിരസിച്ചാൽ, ഞാൻ ഈ മലയിൽ നിന്ന് ചാടും. ദൈവത്തിലേക്കുള്ള നിങ്ങളുടെ മാർഗനിർദേശം നേടാൻ എനിക്ക് കഴിയുന്നില്ലെങ്കിൽ ജീവിതത്തിന് കൂടുതൽ മൂല്യമില്ല.'

"അപ്പോൾ ചാടൂ,' ബാബാജി വികാരരഹിതമായി പറഞ്ഞു. 'നിങ്ങളുടെ ഇപ്പോഴത്തെ രീതിയിൽ എനിക്ക് നിങ്ങളെ അംഗീകരിക്കാൻ കഴിയില്ല.'

"ആ മനുഷ്യൻ ഉടൻ തന്നെ ചെങ്കുത്തായ മലയുടെ താഴേക്ക് ചാടി. ഞെട്ടിപ്പോയ ശിഷ്യന്മാരോട് ആ അപരിചിതന്റെ ശരീരം കൊണ്ടുവരാൻ ബാബാജി നിർദ്ദേശിച്ചു. അവർ വികലമായ രൂപവുമായി മടങ്ങിയെത്തിയപ്പോൾ, ഗുരു മരിച്ചയാളുടെ മേൽ തന്റെ ദിവ്യ കരം വച്ചു. അതാ! അവൻ കണ്ണുതുറന്ന് വിനയാന്വിതനായി എഴുന്നേറ്റു നിൽക്കുന്നു.

"നിങ്ങൾ ഇപ്പോൾ ശിഷ്യത്വത്തിന് തയ്യാറാണ്.' ബാബാജി തന്റെ ഉയിർത്തെഴുന്നേറ്റ ശിഷ്യനിൽ സ്നേഹപൂർവ്വം പ്രകാശം പരത്തി.'നീ ധൈര്യപൂർവം ഒരു പ്രയാസകരമായ പരീക്ഷണത്തിൽ വിജയിച്ചു, ഇനി മരണം നിന്നെ തൊടുകയില്ല, ഇപ്പോൾ നീ ഞങ്ങളുടെ അനശ്വരമായ ആട്ടിൻകൂട്ടത്തിൽ ഒരാളാണ്.' തുടർന്ന് അദ്ദേഹം തന്റെ പതിവ് വാക്കുകൾ പറഞ്ഞു, 'ദേര ദണ്ഡ ഉത്താവോ'; സംഘം മുഴുവൻ മലയിൽ നിന്ന് അപ്രത്യക്ഷമായി.

പരമഹംസ യോഗാനന്ദ

5

പ്രപഞ്ചത്തിന്റെ പ്രവാചകന്

ഒരു അവതാരം സർവ്വവ്യാപിയായ ആത്മാവിൽ വസിക്കുന്നു; അവനെ സംബന്ധിച്ചിടത്തോളം പരമാത്മാവിലേക്ക് വിപരീത ദൂരമില്ല. അതിനാൽ, നൂറ്റാണ്ടുകൾ വരെ തന്റെ ശാരീരിക രൂപം നിലനിർത്താൻ ബാബാജിയെ പ്രചോദിപ്പിക്കാൻ ഒരേയൊരു കാരണത്തിന് മാത്രമേ കഴിയൂ: മനുഷ്യരാശിയെ അതിന്റെ സാധ്യതകളുടെ മൂർത്തമായ ഉദാഹരണം നൽകാനുള്ള ആഗ്രഹം. മനുഷ്യൻ ഒരിക്കലും ജഡത്തിലെ ദൈവികതയുടെ ഒരു നേർക്കാഴ്ച നൽകിയിരുന്നില്ലെങ്കിൽ, തന്റെ മർത്യതയെ മറികടക്കാൻ കഴിയില്ലെന്ന കനത്ത മായക്കാഴ്ചയാൽ അവൻ അടിച്ചമർത്തപ്പെട്ടുകൊണ്ടിരിക്കും.

തന്റെ ജീവിതക്രമം യേശുവിന് തുടക്കം മുതൽ അറിയാമായിരുന്നു; ഓരോ സംഭവങ്ങളിലൂടെയും അവൻ കടന്നു പോയത് തനിക്കുവേണ്ടിയല്ല, ഏതെങ്കിലും കർമ്മപരമായ നിർബന്ധം കൊണ്ടല്ല, മറിച്ച് അത് പ്രതിഫലിപ്പിക്കുന്ന മനുഷ്യരുടെ ഉന്നമനത്തിന് വേണ്ടി മാത്രമാണ്. അദ്ദേഹത്തിന്റെ നാല് ശിഷ്യന്മാർ-മത്തായി, മാർക്ക്, ലൂക്ക്, ജോൺ-പിൽക്കാല തലമുറകളുടെ പ്രയോജനത്തിനായി വിവരണാതീതമായ ആ ജീവിതം രേഖപ്പെടുത്തി.

ബാബാജിക്ക്, ഭൂതം, വർത്തമാനം, ഭാവി എന്നിവയുടെ ആപേക്ഷികതയില്ല; തുടക്കം മുതൽ തന്റെ ജീവിതത്തിന്റെ എല്ലാ ഘട്ടങ്ങളും അദ്ദേഹത്തിന് അറിയാം. എന്നിരുന്നാലും, മനുഷ്യരെക്കുറിച്ചുള്ള പരിമിതമായ ഗ്രാഹ്യത്തെ സ്വയം ഉൾക്കൊള്ളിച്ചുകൊണ്ട്, ഒന്നോ അതിലധികമോ സാക്ഷികളുടെ സാന്നിധ്യത്തിൽ അദ്ദേഹം തന്റെ ദൈവിക ജീവിതത്തിലെ പല

പ്രവൃത്തികളും ചെയ്തിട്ടുണ്ട്. അങ്ങനെ, ശാരീരികമായ അമർത്ത്യതയുടെ സാധ്യത പ്രഖ്യാപിക്കാനുള്ള സമയം ബാബാജിക്ക് പാകമായെന്ന് കരുതിയപ്പോൾ ലാഹിരി മഹാശയയുടെ ഒരു ശിഷ്യൻ അവിടെ ഉണ്ടായിരുന്നു. രാം ഗോപാൽ മുജുംദാറിന് മുമ്പാകെ അദ്ദേഹം ഈ വാഗ്ദാനം പറഞ്ഞു, അത് ഒടുവിൽ അന്വേഷിക്കുന്ന മറ്റ് ഹൃദയങ്ങളുടെ പ്രചോദനത്തിന് പേരുകേട്ടേക്കാം. മഹാന്മാർ അവരുടെ വാക്കുകൾ സംസാരിക്കുകയും സ്വാഭാവികമായി തോന്നുന്ന സംഭവങ്ങളിൽ പങ്കെടുക്കുകയും ചെയ്യുന്നു, ക്രിസ്തു പറഞ്ഞതുപോലെ, മനുഷ്യന്റെ നന്മയ്ക്കായി മാത്രം: "പിതാവേ. നീ എന്നെ അയച്ചിരിക്കുന്നു എന്നു അവർ വിശ്വസിക്കേണ്ടതിന്നു പറഞ്ഞു.

"ഉറക്കമില്ലാത്ത സന്യാസി" രാം ഗോപാലിനൊപ്പം രൺബാജ്പൂരിൽ യോഗാനന്ദ നടത്തിയ സന്ദർശന വേളയിൽ അദ്ദേഹം ബാബാജിയുമായുള്ള തന്റെ ആദ്യ കൂടിക്കാഴ്ചയുടെ അത്ഭുതകരമായ കഥ വിവരിച്ചു.

"ഞാൻ ചിലപ്പോഴൊക്കെ എന്റെ ഒറ്റപ്പെട്ട ഗുഹ വിട്ട് ബനാറസിലെ ലാഹിരി മഹാസയയുടെ കാൽക്കൽ ഇരിക്കും," രാം ഗോപാൽ എന്നോട് പറഞ്ഞു. "ഒരു അർദ്ധരാത്രിയിൽ ഞാൻ അദ്ദേഹത്തിന്റെ ശിഷ്യന്മാരുടെ കൂട്ടത്തിൽ നിശബ്ദമായി ധ്യാനത്തിലിരിക്കുമ്പോൾ, ഗുരു അത്ഭുതകരമായ ഒരു അഭ്യർത്ഥന നടത്തി.

"രാം ഗോപാൽ,' അദ്ദേഹം പറഞ്ഞു, 'ദശസമേദ് സ്നാനഘട്ടത്തിലേക്ക് ഉടൻ പോകൂ.'

"ഞാൻ താമസിയാതെ ആളൊഴിഞ്ഞ സ്ഥലത്ത് എത്തി. ചന്ദ്രപ്രകാശവും മിന്നുന്ന നക്ഷത്രങ്ങളും കൊണ്ട് രാത്രി തെളിഞ്ഞു. അൽപനേരം ക്ഷമയോടെ നിശബ്ദനായി ഇരുന്ന ശേഷം, എന്റെ ശ്രദ്ധ കാൽക്കൽ ഒരു വലിയ ശിലാഫലകത്തിലേക്ക് ആകർഷിക്കപ്പെട്ടു. അത് ക്രമേണ ഉയർന്നു വന്നു, ഒരു ഭൂഗർഭ ഗുഹ വെളിപ്പെട്ടു. കല്ല് ഏതോ അജ്ഞാതമായ രീതിയിൽ സമതുലിതമായി അന്തരീക്ഷത്തിൽ നിലനിന്നു. അതിമനോഹരിയായ ഒരു സ്ത്രീയുടെ രൂപം ഗുഹയിൽ നിന്ന് വായുവിലേക്ക് ഉയർന്നുവന്നു, മൃദുവായ പ്രകാശവലയത്താൽ ചുറ്റപ്പെട്ട അവൾ പതുക്കെ എന്റെ മുന്നിലേക്ക് ഇറങ്ങി, അനങ്ങാതെ നിന്നു.

ഞാൻ ഒരു പ്രത്യേക അവസ്ഥയിലായിരുന്നു.

അവസാനം അവൾ സൗമ്യമായി സംസാരിച്ചു.

"ഞാൻ മാതാജിയാണ്, ബാബോജിയുടെ സഹോദരിയാണ്. വളരെ പ്രാധാന്യമുള്ള ഒരു കാര്യം ചർച്ച ചെയ്യാൻ ഇന്ന് രാത്രി എന്റെ ഗുഹയിൽ വരാൻ ഞാൻ അദ്ദേഹത്തോടും ലാഹിരി മഹാശയനോട് ആവശ്യപ്പെട്ടിട്ടുണ്ട്.'

"ഗംഗയ്ക്ക് മുകളിലൂടെ ഒരു നീഹാരിക പ്രകാശം അതിവേഗം ഒഴുകിക്കൊണ്ടിരുന്നു; സുതാര്യമായ ജലാശയത്തിൽ വിചിത്രമായ ആ പ്രകാശം പ്രതിഫലിച്ചു. അത് കൂടുതൽ അടുത്ത് അടുത്തു വന്നു, ഒരു ശക്തമായ മിന്നലോടെ, അത് മാതാജിയുടെ അരികിൽ പ്രത്യക്ഷപ്പെടുകയും ലാഹിരിയുടെ മനുഷ്യരൂപത്തിലേക്ക് തൽക്ഷണം ഭവിക്കുകയും ചെയ്തു. മഹാശയാ, അവൻ ആ സ്ത്രീ സന്യാസിനിയുടെ കാൽക്കൽ താഴ്മയോടെ നമസ്കരിച്ചു.

"ഞാൻ എന്റെ അമ്പരപ്പിൽ നിന്ന് കരകയറുന്നതിന് മുമ്പ്, ആകാശത്ത് സഞ്ചരിക്കുന്ന നിഗൂഢ പ്രകാശത്തിന്റെ ഒരു പിണ്ഡം കണ്ട് ഞാൻ കൂടുതൽ അത്ഭുതപ്പെട്ടു. ജ്വലിക്കുന്ന ചുഴലിക്കാറ്റ് അതിവേഗം നിലത്ത് ഇറങ്ങി, ഞങ്ങളുടെ കൂട്ടത്തിന് സമീപം എത്തി, അത് ബാബാജി ആയിരുന്നു, അവൻ ലാഹിരി മഹാശയനെ പോലെ കാണപ്പെട്ടു, ഒരേയൊരു വ്യത്യാസം ബാബാജി വളരെ ചെറുപ്പമായി കാണപ്പെട്ടു, ഒപ്പം നീളമുള്ളതും തിളക്കമുള്ളതുമായ മുടി ഉണ്ടായിരുന്നു എന്നതാണ്.

"ലാഹിരി മഹാശയനും, മാതാജിയും, ഞാനും ഗുരുവിന്റെ പാദങ്ങളിൽ മുട്ടുകുത്തി. അദ്ദേഹത്തിന്റെ ദിവ്യമാംസത്തിൽ സ്പർശിക്കുമ്പോൾ, മഹത്വത്തിന്റെ ഒരു അതിമനോഹരമായ അനുഭൂതി എന്റെ എല്ലാ രോമങ്ങളേയും പുളകം കൊള്ളിച്ചു.

"അനുഗൃഹീത സഹോദരി,‘ ബാബാജി പറഞ്ഞു, 'എന്റെ രൂപം ഉപേക്ഷിച്ച് അനന്തമായ പ്രവാഹത്തിലേക്ക് അലിയാൻ ഞാൻ ഉദ്ദേശിക്കുന്നു.

"പ്രിയപ്പെട്ട യജമാനനേ, നിങ്ങളുടെ പദ്ധതി ഞാൻ ഇതിനകം കണ്ടുകഴിഞ്ഞു. ഇന്ന് രാത്രി നിങ്ങളുമായി അത് ചർച്ചചെയ്യാൻ ഞാൻ ആഗ്രഹിച്ചു. നീ എന്തിന് നിന്റെ ശരീരം ഉപേക്ഷിക്കണം?' തേജോമയിയായ ആ സ്ത്രീ അപേക്ഷയോടെ അവനെ നോക്കി.

"എന്റെ ആത്മാവിന്റെ സമുദ്രത്തിൽ ഞാൻ ദൃശ്യമോ അദൃശ്യമോ ആയ തിരമാല ധരിച്ചാൽ എന്താണ് വ്യത്യാസം?'

"വിചിത്രമായ ഒരു പ്രകാശം പൊഴിച്ചുകൊണ്ട് മാതാജി മറുപടി പറഞ്ഞു. 'മരണരഹിതനായ ഗുരുവേ, അതിൽ ഒരു വ്യത്യാസവുമില്ലെങ്കിൽ, ദയവായി നിങ്ങളുടെ രൂപം ഒരിക്കലും ഉപേക്ഷിക്കരുത്.'

"അങ്ങനെയാകട്ടെ,' ബാബാജി ഗൗരവത്തോടെ പറഞ്ഞു. 'ഞാൻ ഒരിക്കലും എന്റെ ഭൗതിക ശരീരം ഉപേക്ഷിക്കുകയില്ല. ഈ ഭൂമിയിലെ ഒരു ചെറിയ സംഖ്യയിലെങ്കിലും അത് എപ്പോഴും ദൃശ്യമാകും. കർത്താവ് അരുളിച്ചെയ്തിരിക്കുന്നു, നിന്റെ ചുണ്ടിലൂടെ അവന്റെ സ്വന്തം ആഗ്രഹം.'

"ഈ ശ്രേഷ്ഠരായ ജീവികൾ തമ്മിലുള്ള സംഭാഷണം ഞാൻ ഭയത്തോടെ ശ്രദ്ധിച്ചപ്പോൾ, മഹാനായ ഗുരു ഒരു നല്ല ആംഗ്യത്തോടെ എന്റെ നേരെ തിരിഞ്ഞു.

"ഭയപ്പെടേണ്ട, രാം ഗോപാൽ,' അദ്ദേഹം പറഞ്ഞു, 'ഈ അനശ്വര വാഗ്ദാനത്തിന്റെ വേദിയിൽ സാക്ഷിയാകാൻ നിങ്ങൾ ഭാഗ്യവാനാണ്.'

"ബാബാജിയുടെ സ്വരത്തിന്റെ മധുരമായ ഈണം മാഞ്ഞുപോയപ്പോൾ, അദ്ദേഹത്തിന്റെ രൂപവും ലാഹിരി മഹാശയന്റെ രൂപവും മെല്ലെ മെല്ലെ ഇളകി ഗംഗയ്ക്ക് മുകളിലൂടെ പിന്നിലേക്ക് നീങ്ങി. രാത്രി ആകാശത്തേക്ക് അപ്രത്യക്ഷമായപ്പോൾ ഒരു മിന്നുന്ന പ്രകാശം അവരുടെ ശരീരത്തെ ലയിപ്പിച്ചു. മാതാജിയുടെ രൂപം ഗുഹയിലേക്ക് ഒഴുകി. ഇറങ്ങി; അദൃശ്യമായ ഒരു ലിവറിൽ പ്രവർത്തിക്കുന്നതുപോലെ ശിലാഫലകം സ്വയം അടച്ചു.

"അനന്തമായ പ്രചോദനത്താൽ, ഞാൻ ലാഹിരി മഹാശയന്റെ സ്ഥലത്തേക്ക് തിരിച്ചുപോയി. പുലർച്ചെ ഞാൻ അദ്ദേഹത്തെ വണങ്ങുമ്പോൾ, എന്റെ ഗുരു മനസ്സിലാക്കി എന്നെ നോക്കി പുഞ്ചിരിച്ചു.

"രാം ഗോപാൽ, നിങ്ങളിൽ എനിക്ക് സന്തോഷമുണ്ട്,' അദ്ദേഹം പറഞ്ഞു. 'നിങ്ങൾ എന്നോട് പലപ്പോഴും പറഞ്ഞിട്ടുള്ള ബാബാജിയെയും മാതാജിയെയും കാണാനുള്ള ആഗ്രഹം ഒടുവിൽ ഒരു വിശുദ്ധ പൂർത്തീകരണം കണ്ടെത്തി.'

"അത്ഭുതകരമായ കാര്യം എന്തെന്നാൽ ലഹിരി മഹാശയൻ തലേദിവസം വൈകുന്നേരം മുതൽ തന്റെ വേദിയിൽ നിന്ന് മാറിയിട്ടില്ലെന്ന് എന്റെ സഹ ശിഷ്യന്മാർ എന്നെ അറിയിച്ചു.

"നിങ്ങൾ ദശസമേദ് ഘട്ടിലേക്ക് പോയതിന് ശേഷം അദ്ദേഹം അമർത്ത്യതയെക്കുറിച്ച് ഒരു അത്ഭുതകരമായ പ്രഭാഷണം നടത്തി," ഒരു ശിഷ്യൻ എന്നോട് പറഞ്ഞു. ആത്മജ്ഞാനമുള്ള ഒരു മനുഷ്യന് പ്രത്യക്ഷപ്പെടാൻ കഴിയുമെന്ന് പറയുന്ന വേദവാക്യങ്ങളിലെ സത്യം ഞാൻ ആദ്യമായി പൂർണ്ണമായി മനസ്സിലാക്കി. ഒരേ സമയം രണ്ടോ അതിലധികമോ ശരീരങ്ങളിൽ വ്യത്യസ്ത സ്ഥലങ്ങളിൽ പ്രത്യക്ഷപ്പെടാൻ കഴിയുമെന്ന്.

"ഈ ഭൂമിയുടെ മറഞ്ഞിരിക്കുന്ന ദൈവിക പദ്ധതിയെക്കുറിച്ചുള്ള നിരവധി മെറ്റാഫിസിക്കൽ പോയിന്റുകൾ ലാഹിരി മഹാശയ പിന്നീട് എനിക്ക് വിശദീകരിച്ചു," രാം ഗോപാൽ പറഞ്ഞു. "ബാബാജിയെ ഈ പ്രത്യേക ലോകചക്രം മുഴുവൻ തന്റെ ശരീരത്തിൽ തുടരാൻ ദൈവം തിരഞ്ഞെടുത്തിരിക്കുന്നു. യുഗങ്ങൾ വരും, പോകും - അപ്പോഴും നൂറ്റാണ്ടുകളുടെ നാടകം വീക്ഷിക്കുന്ന മരണമില്ലാത്ത യജമാനൻ ഇവിടെ ഉണ്ടായിരിക്കും.

ആത്മീയ പുരോഗതിയുടെ എല്ലാ ഘട്ടങ്ങളെയും ഉപനിഷത്തുകൾ സൂക്ഷ്മമായി തരംതിരിച്ചിട്ടുണ്ട്. ഒരു സിദ്ധന് ("പൂർണനായ ജീവി") ഒരു ജീവൻമുക്തന് ("ജീവിക്കുമ്പോൾ മോചിതൻ") എന്ന അവസ്ഥയിൽ നിന്ന് പരമുക്തന് ("പരമോന്നത സ്വതന്ത്രൻ"- മരണത്തിന്റെ മേൽ പൂർണ്ണ ശക്തി) എന്ന അവസ്ഥയിലേക്ക് വളർന്നു; രണ്ടാമത്തേത് മായിക ലോകത്തിൽ നിന്നും അതിന്റെ പുനർജന്മങ്ങളില് നിന്നും പൂർണ്ണമായും രക്ഷപ്പെടും. അതിനാൽ പരമുക്ത ഒരു ഭൗതിക ശരീരത്തിലേക്ക് അപൂർവ്വമായി മടങ്ങുന്നു; അവൻ അങ്ങനെ ചെയ്യുകയാണെങ്കിൽ, അവൻ ഒരു അവതാരമാണ്, ലോകത്തിന്മേലുള്ള അതീന്ദ്രിയ അനുഗ്രഹങ്ങളുടെ ദൈവികമായി നിയോഗിക്കപ്പെട്ട ഒരു മാധ്യമമാണ് അവന്.

ലാഹരി മഹാശയൻ (828-1895)

6

അവതാരത്തിന്റെ രഹസ്യം

ബാബാജിയും മാതാജിയും

ഒരു അവതാരം സാർവത്രിക സമ്പദ്ഘ്യവസ്ഥയ്ക്ക് വിധേയമല്ല; അവന്റെ ശുദ്ധമായ ശരീരം, ഒരു പ്രകാശബിംബമായി ദൃശ്യമാകുന്നു,

പ്രകൃതിയോടുള്ള കടപ്പാടിൽ നിന്ന് മുക്തമാണ്. രൂപത്തിൽ അസാധാരണമായ ഒന്നും കണ്ടില്ലെങ്കിലും അത് നിഴൽ വീഴ്ത്തുകയോ നിലത്ത് കാൽപ്പാടുകൾ ഉണ്ടാക്കുകയോ ചെയ്യുന്നില്ല. ഇരുട്ടിന്റെയും ഭൗതിക അടിമത്തത്തിന്റെയും ആന്തരിക അഭാവത്തിന്റെ ബാഹ്യ പ്രതീകാത്മക തെളിവുകളാണിവ. അത്തരമൊരു ദൈവമനുഷ്യന് മാത്രമേ ജീവിതത്തിന്റെയും മരണത്തിന്റെയും ആപേക്ഷികതയുടെ പിന്നിലെ സത്യം അറിയൂ. ഒമർ ഖയ്യാം തന്റെ അനശ്വര ഗ്രന്ഥമായ റുബായാത്തിൽ ഈ വിമോചിതനെക്കുറിച്ച് പാടി:

"ഓ, ക്ഷയമില്ലെന്ന് അറിയുന്ന എന്റെ ആനന്ദത്തിന്റെ ചന്ദ്രൻ,
സ്വർഗത്തില് ചന്ദ്രൻ വീണ്ടും ഉദിക്കുന്നു;
ഇനി എത്ര പ്രാവശ്യം അവൾ ഉയിർത്തെഴുന്നേൽക്കും
എനിക്ക് ശേഷം ഇതേ പൂന്തോട്ടത്തിലൂടെ - വെറുതെ!"

"മൂൺ ഓഫ് ഡിലൈറ്റ്" ദൈവമാണ്, "മൂൺ ഓഫ് ഹെവൻ" എന്നത് ആനുകാലിക ആവർത്തനത്തിന്റെ നിയമത്തിന് വിധേയമായ ബാഹ്യ പ്രപഞ്ചമാണ്. പേർഷ്യൻ ദർശകൻ തന്റെ ആത്മസാക്ഷാത്കാരത്തിലൂടെ അതിന്റെ ചങ്ങലകൾ എന്നെന്നേക്കുമായി പിരിച്ചുവിട്ടു. "ഇനി എത്ര പ്രാവശ്യം ഉയിർത്തെഴുന്നേൽക്കും ....! ഒരു സമ്പൂർണ്ണ ഒഴിവാക്കലിനായി ഉന്മാദമായ ഒരു പ്രപഞ്ചം നടത്തുന്ന തിരച്ചിൽ എന്തൊരു നിരാശയാണ്!

7

ക്രിസ്തുവിന്റെ സഹോദരന്

ക്രിസ്തു തന്റെ സ്വാതന്ത്ര്യം മറ്റൊരു വിധത്തിൽ പ്രകടിപ്പിച്ചു: "അപ്പോൾ ഒരു ശാസ്ത്രി വന്നു അവനോട് പറഞ്ഞു: ഗുരോ, നീ എവിടെ പോയാലും ഞാൻ നിന്നെ അനുഗമിക്കാം. യേശു അവനോട് പറഞ്ഞു: കുറുക്കന്മാർക്ക് കുഴികളും ആകാശത്തിലെ പക്ഷികൾക്ക് കൂടുകളും ഉണ്ട്. എന്നാൽ മനുഷ്യപുത്രന്നു തലചായ്ക്കാൻ ഇടമില്ല."

സർവ്വവ്യാപിയായയതിനാൽ വിശാലമായ ആത്മാവിൽ അല്ലാതെ ക്രിസ്തുവിനെ പിന്തുടരാനാകുമോ? കൃഷ്ണൻ, രാമൻ, ബുദ്ധൻ, പതഞ്ജലി എന്നിവ പുരാതന ഇന്ത്യൻ അവതാരങ്ങളിൽ ഉൾപ്പെടുന്നു. ദക്ഷിണേന്ത്യൻ അവതാരമായ അഗസ്ത്യനെ ചുറ്റിപ്പറ്റി തമിഴിൽ ഗണ്യമായ കാവ്യസാഹിത്യങ്ങൾ വളർന്നുവന്നിട്ടുണ്ട്. ക്രിസ്ത്യൻ കാലഘട്ടത്തിന് മുമ്പും തുടർന്നുള്ള നൂറ്റാണ്ടുകളിലും അദ്ദേഹം നിരവധി അത്ഭുതങ്ങൾ പ്രവർത്തിച്ചു, ഇന്നും തന്റെ ശാരീരിക രൂപം നിലനിർത്തിയതിന്റെ ബഹുമതിയും അദ്ദേഹത്തിനുണ്ട്.

ഇന്ത്യയിലെ ബാബാജിയുടെ ദൗത്യം പ്രവാചകന്മാരെ അവരുടെ പ്രത്യേക കാലയളവുകൾ നിർവഹിക്കുന്നതിൽ സഹായിക്കുക എന്നതാണ്. മഹാവതാരത്തിന്റെ (മഹത്തായ അവതാരം) ഗ്രന്ഥപരമായ വർഗ്ഗീകരണത്തിന് അദ്ദേഹം അങ്ങനെ യോഗ്യനായി. പുരാതന സ്ഥാപകനായ ശങ്കരനും പ്രശസ്ത മധ്യകാല സന്ന്യാസി കബീറിനും യോഗ ദീക്ഷ നൽകിയതായി അദ്ദേഹം പ്രസ്താവിച്ചിട്ടുണ്ട്. അദ്ദേഹത്തിന്റെ പത്തൊൻപതാം നൂറ്റാണ്ടിലെ പ്രധാന ശിഷ്യൻ, നമുക്കറിയാവുന്നതുപോലെ, ക്രിയാ കലയുടെ പുനരുജ്ജീവനക്കാരനായ ലാഹിരി മഹാശയനായിരുന്നു.

മഹാവതാരം ഭഗവാന് ക്രിസ്തുവുമായി നിരന്തര കൂട്ടായ്മയിലാണ്; അവർ ഒരുമിച്ച് വീണ്ടെടുപ്പിന്റെ പ്രകമ്പനങ്ങൾ പുറപ്പെടുവിക്കുകയും ഈ യുഗത്തിനായി രക്ഷയുടെ ആത്മീയ സാങ്കേതികത ആസൂത്രണം ചെയ്യുകയും ചെയ്തു. പൂർണ്ണമായി പ്രകാശിതമായ ഈ രണ്ട് യജമാനന്മാരുടെ പ്രവർത്തനം ആണത്.

ബാബാജിയെക്കുറിച്ച് ചരിത്രപരമായ ഒരു പരാമർശവുമില്ല എന്നത് നമ്മെ അത്ഭുതപ്പെടുത്തേണ്ടതില്ല. മഹാനായ ഗുരു ഒരു നൂറ്റാണ്ടിലും പരസ്യമായി പ്രത്യക്ഷപ്പെട്ടിട്ടില്ല; പരസ്യത്തിന്റെ തെറ്റായ വ്യാഖ്യാനത്തിന് അദ്ദേഹത്തിന്റെ സഹസ്രാബ്ദ പദ്ധതികളിൽ സ്ഥാനമില്ല. സ്രഷ്ടാവിനെപ്പോലെ, ഏകവും എന്നാൽ നിശബ്ദവുമായ ശക്തി, ബാബാജി വിനീതമായ അവ്യക്തതയിൽ പ്രവർത്തിക്കുന്നു.

ക്രിസ്തുവിനേയും കൃഷ്ണനേയും പോലെയുള്ള മഹാനായ പ്രവാചകന്മാർ ഭൂമിയിലേക്ക് വരുന്നത് ഒരു പ്രത്യേകവും അതിശയകരവുമായ ലക്ഷ്യത്തിനാണ്; അതു പൂർത്തിയാകുമ്പോൾ

അവർ പോകും. ബാബാജിയെപ്പോലെയുള്ള മറ്റ് അവതാരങ്ങൾ, ചരിത്രത്തിലെ ഏതെങ്കിലും ശ്രദ്ധേയമായ സംഭവത്തെക്കാൾ നൂറ്റാണ്ടുകളായി മനുഷ്യന്റെ മന്ദഗതിയിലുള്ള പരിണാമ പുരോഗതിയിൽ കൂടുതൽ ശ്രദ്ധ ചെലുത്തുന്ന ജോലിയാണ് ഏറ്റെടുക്കുന്നത്. അത്തരം യജമാനന്മാർ എല്ലായ്പ്പോഴും മൊത്തത്തിലുള്ള പൊതു നോട്ടത്തിൽ നിന്ന് സ്വയം മൂടുന്നു, ഒപ്പം ഇഷ്ടാനുസരണം അദൃശ്യനാകാനുള്ള ശക്തിയും ഉണ്ട്. ഇക്കാരണങ്ങളാൽ, അവരെക്കുറിച്ച് നിശബ്ദത പാലിക്കാൻ അവർ സാധാരണയായി അവരുടെ ശിഷ്യന്മാരോട് നിർദ്ദേശിക്കുന്നതിനാൽ, നിരവധി ഉയർന്ന ആത്മീയ വ്യക്തികൾ ലോകമെമ്പാടും അജ്ഞാതരായി തുടരുന്നു. ബാബാജിയെക്കുറിച്ചുള്ള ഈ പേജുകളിൽ ഞാൻ അദ്ദേഹത്തിന്റെ ജീവിതത്തെക്കുറിച്ചുള്ള ഒരു സൂചന മാത്രമാണ് നൽകുന്നത്- അവന് അനുയോജ്യവും പരസ്യമായി പകർന്നുനൽകാൻ സഹായകരവുമാണെന്ന് അദ്ദേഹം കരുതുന്ന ചില വസ്തുതകൾ മാത്രം.

ബാബാജിയും ശിഷ്യന്മാരും

8

ക്രിയാ ബാബാജി സംഗ

ബാബാജിയുടെ കുട്ടിക്കാലത്തെക്കുറിച്ച് വളരെ കുറച്ച് വിവരണങ്ങളേ ലഭ്യമായിട്ടുള്ളൂ. ബാബാജി എന്ന പുസ്തകവും മാർഷൽ ഗോവിന്ദന്റെ 18 സിദ്ധ ക്രിയാ യോഗ പാരമ്പര്യവുമാണ് വിവരങ്ങളുടെ ഉറവിടമായി കണക്കാക്കുന്നത്. വി.ടി. നീലകണ്ഠൻ, എസ്.എ.എ. രാമയ്യ എന്നിവർ 1952 ഒക്ടോബർ 17-ന് "ക്രിയാ ബാബാജി സംഗ" എന്ന ഒരു സംഘടന സ്ഥാപിച്ചിരുന്നു. ബാബാജിയുടെ ക്രിയാ യോഗ പഠിപ്പിക്കുന്നതിനായി സമർപ്പിച്ചിരിക്കുന്നതാണ് "ക്രിയാ ബാബാജി സംഗ" എന്ന ആ സംഘടന.

ചോള രാജ്യത്തിലെ തമിഴ്നാട്ടിലെ കടലൂർ ജില്ലയിലെ പറങ്കിപ്പേട്ടെ എന്നറിയപ്പെടുന്ന ഒരു ചെറിയ തീരദേശ ഗ്രാമത്തിൽ സി.ഇ. 203-ലാണ് താൻ ജനിച്ചതെന്ന് 1953-ൽ മഹാവതാർ ബാബാജി തങ്ങളോട് പറഞ്ഞതായി "ക്രിയാ ബാബാജി സംഗ" അവകാശപ്പെടുന്നു. ബാബാജിയുടെ ക്രിയായോഗ ഓർഡർ ഓഫ് ആചാര്യസ് ട്രസ്റ്റും (ക്രിയാ ബാബാജി സംഗഹ്) അവരുടെ ശാഖാ സംഘടനകളും അദ്ദേഹത്തിന്റെ സ്ഥലവും ജനനത്തീയതിയും ഈ വാദം ശരിയാണെന്ന് അവകാശപ്പെടുന്നു. അദ്ദേഹം പതിനെട്ടു സിദ്ധന്മാരില് ഒരാളായ ബോഗറിന്റെ ശിഷ്യനായിരുന്നു, അദ്ദേഹത്തിന്റെ ജനന പേര് നാഗരാജൻ എന്നാണ്.

പരമഹംസ യോഗാനന്ദയുടെ ഒരു യോഗിയുടെ ആത്മകഥയിൽ, മഹാവതാർ ബാബാജിയെക്കുറിച്ച് ലാഹിരി മഹാശയൻ, ശ്രീ യുക്തേശ്വരൻ എന്നിവരിൽ നിന്ന് നിരവധി പരാമർശങ്ങൾ ഉണ്ട്. യേശുക്രിസ്തു ഇന്ത്യയിൽ പോയി മഹാവതാർ ബാബാജിയെ

സന്ദർശിച്ചു എന്ന് യോഗാനന്ദൻ തന്റെ ദ സെക്കണ്ട് കമിംഗ് ഓഫ് ക്രൈസ്റ്റ് എന്ന പുസ്തകത്തിൽ പറയുന്നുണ്ട്. ഇത് ബാബാജിക്ക് 2000 വർഷമെങ്കിലും ആയുസ്സുണ്ടായിരുന്നു എന്ന് അവകാശപ്പെടുന്ന വാദമാണ്. ഗോവിന്ദന്റെ പുസ്തകം അനുസരിച്ച്, ബാബാജി നാഗരാജിന്റെ പിതാവ് ഗ്രാമത്തിലെ ക്ഷേത്രത്തിലെ പൂജാരിയായിരുന്നു. ബാബാജി തന്റെ ശിഷ്യന്മാർക്ക് രൂപീകരണവും പ്രബോധനപരവും ആണെന്ന് വിശ്വസിച്ചിരുന്ന വിശദാംശങ്ങൾ മാത്രമാണ് വെളിപ്പെടുത്തിയത്. ഗോവിന്ദൻ ഒരു സംഭവം സൂചിപ്പിച്ചത് ഇങ്ങനെയാണ്: "ഒരിക്കൽ നാഗരാജിന്റെ അമ്മ ഒരു കുടുംബ വിരുന്നിന് ഒരു അപൂർവ ചക്ക എടുത്ത് മാറ്റി വെച്ചിരുന്നു. അന്ന് ബാബാജിക്ക് 4 വയസ്സ് മാത്രമേ ഉണ്ടായിരുന്നുള്ളൂ. അമ്മ ഇല്ലാത്ത സമയത്ത് അവൻ ചക്ക കണ്ടെത്തി എല്ലാം കഴിച്ചു. .അതറിഞ്ഞപ്പോൾ അവന്റെ അമ്മ അന്ധമായ ദേഷ്യത്തോടെ ചെന്ന് ബാബാജിയുടെ വായിൽ തുണി തിരുകി, അവനെ ശ്വാസംമുട്ടിച്ചു, പക്ഷേ അവൻ രക്ഷപ്പെട്ടു.പിന്നീട്, ആസക്തിയോ മിഥ്യയോ ഇല്ലാതെ തന്നെ സ്നേഹിക്കപ്പെടണമെന്ന് കാണിച്ചതിന് ദൈവത്തിന് നന്ദി പറഞ്ഞു. അമ്മയോടുള്ള അവന്റെ സ്നേഹം നിരുപാധികമായിരുന്നു.

നാഗരാജിന് ഏകദേശം 15 വയസ്സുള്ളപ്പോൾ, അദ്ദേഹത്തിന്റെ പ്രസന്നമായ മുഖവും ദൈവത്തോടുള്ള സ്നേഹവും ആവേശവും കാരണം അലഞ്ഞുതിരിയുന്ന സന്യാസിമാരുടെ ഒരു ചെറിയ സംഘത്തിൽ എടുക്കപ്പെട്ടു. തുടർന്നുള്ള ഏതാനും വർഷങ്ങളിൽ, അദ്ദേഹം ഓരോ സ്ഥലത്തും അലഞ്ഞുനടന്നു, വേദങ്ങൾ, ഉപനിഷത്ത്, മഹാഭാരതം, രാമായണം, ഭഗവദ്ഗീത തുടങ്ങിയ വിശുദ്ധ ഗ്രന്ഥങ്ങൾ പഠിക്കുകയും ആഴത്തിലുള്ള ധ്യാനം പരിശീലിക്കുകയും ചെയ്തു.

മാർഷൽ ഗോവിന്ദന്റെ പുസ്തകമനുസരിച്ച്, പതിനൊന്നാം വയസ്സിൽ, ശ്രീലങ്കയിലെ കതരഗാമയിലേക്ക് ഒരു കൂട്ടം സന്ന്യാസിമാരോടൊപ്പം കാൽനടയായും ബോട്ടിലും ഒരു ദുഷ്കരമായ യാത്ര നടത്തി. നാഗരാജ് സിദ്ധനായ ഭോഗർനാഥരെ കണ്ടു ശിഷ്യനായി. നാഗരാജ് അദ്ദേഹത്തോടൊപ്പം ദീർഘനേരം തീവ്രമായ യോഗ സാധന നടത്തി. സിദ്ധ മഹർഷി അഗസ്ത്യരിൽ നിന്ന് ക്രിയാ കുണ്ഡലിനി പ്രാണായാമം സ്വീകരിക്കാൻ നാഗരാജിനെ ഭോഗർനാഥർ

പ്രേരിപ്പിച്ചു. ബാബാജി സിദ്ധ അഗസ്ത്യരുടെ ശിഷ്യനായി. ക്രിയാ കുണ്ഡലിനി പ്രാണായാമം അല്ലെങ്കിൽ "വാസി യോഗ" ത്തിന്റെ രഹസ്യങ്ങളിലേക്കാണ് നാഗരാജ് ദീക്ഷ സ്വീകരിച്ചത്. ബാബാജി ബദരീനാഥിലേക്ക് ഒരു നീണ്ട തീർത്ഥാടനം നടത്തി, സിദ്ധ അഗസ്ത്യരും ഭോഗർനാഥരും പഠിപ്പിച്ച യോഗ ക്രിയയിൽ പതിനെട്ട് മാസങ്ങൾ ചെലവഴിച്ചു. അധികം താമസിയാതെ ബാബാജിക്ക് ആത്മസാക്ഷാത്കാരം ലഭിച്ചു.

ഈ വെളിപ്പെടുത്തലുകൾ ബാബാജി തന്നെ എസ്.എ.എയോട് നടത്തിയെന്നാണ് അവകാശപ്പെടുന്നത്. രാമയ്യ, മദ്രാസ് സർവ്വകലാശാലയിലെ ജിയോളജിയിൽ യുവ ബിരുദ വിദ്യാർത്ഥിയും വി.ടി. പ്രശസ്ത പത്രപ്രവർത്തകനായ നീലകണ്ഠൻ, തിയോസഫിക്കൽ സൊസൈറ്റിയുടെ പ്രസിഡന്റും കൃഷ്ണമൂർത്തിയുടെ ഉപദേശകനുമായ ആനി ബസന്റിന്റെ അടുത്ത വിദ്യാർത്ഥിയുമായിരുന്നു. ബാബാജി അവരിൽ ഓരോരുത്തർക്കും സ്വതന്ത്രമായി പ്രത്യക്ഷപ്പെട്ടുവെന്നും തുടർന്ന് 1942-ൽ തന്റെ ദൗത്യത്തിനായി പ്രവർത്തിക്കാൻ അവരെ ഒരുമിച്ച് കൊണ്ടുവന്നതായും പറയപ്പെടുന്നു.

ശ്രീ യുക്തേശ്വർ ഗിരി മഹാരാജ് (1855 – 1936)

9

ശ്യാമചരൺ ലാഹിരി

ശ്യാമചരൺ ലാഹിരിയുടെ മഹാവതാർ ബാബാജിയുമായുള്ള ആദ്യ കണ്ടുമുട്ടൽ 1861-ൽ ആയിരുന്നു. ശ്യാമചരൺ ലാഹിരിയെ (ശിഷ്യന്മാരും ഭക്തരും ആരാധകരും "മഹാസയ" എന്ന് വിളിക്കുന്നു. ബ്രിട്ടീഷ് ഗവൺമെന്റിന്റെ അക്കൗണ്ടന്റായി റാണിഖേതിൽ നിയമിതനായിരുന്നു അദ്ദേഹം. ഒരു ദിവസം റാണിഖേത്തിന് മുകളിലുള്ള ദുനഗിരി കുന്നുകളിൽ നടക്കുമ്പോൾ, ആരോ തന്റെ പേര് വിളിക്കുന്ന ഒരു ശബ്ദം അവൻ കേട്ടു. ശബ്ദം കേട്ട് പർവതത്തിന് മുകളിൽ കയറി, അവൻ ഒരു "ഉയരമുള്ള, ദിവ്യപ്രകാശമുള്ള സാധുവിനെ" കണ്ടുമുട്ടി. ഈ സാധു മഹാവതാർ ബാബാജി ആയിരുന്നു.

മഹാവതാർ ബാബാജി ലാഹിരി മഹാശയയോട് പണ്ട് തന്റെ ഗുരുവാണെന്ന് പറഞ്ഞിരുന്നത് അദ്ദേഹം അപ്പോൾ ഓർത്തു, തുടർന്ന് അദ്ദേഹത്തെ ബാബാജി ക്രിയായോഗത്തിലേക്ക് ദീക്ഷിക്കുകയും മറ്റുള്ളവരെ ദീക്ഷിക്കാൻ ലാഹിരിയോട് നിർദ്ദേശിക്കുകയും ചെയ്തു. മഹാവതാർ ബാബാജിക്കൊപ്പം നിൽക്കാൻ ലാഹിരി ആഗ്രഹിച്ചു, പകരം താൻ ക്രിയായോഗ പഠിപ്പിക്കാൻ ലോകത്തിലേക്ക് മടങ്ങിവരണമെന്നും "ലോകത്തിലെ തന്റെ (ലാഹിരിയുടെ) സാന്നിധ്യത്തിലൂടെ ക്രിയായോഗ സാധന ലോകമെമ്പാടും വ്യാപിക്കുമെന്നും" ബാബാജി പറഞ്ഞു.

മഹാവതാർ ബാബാജി ഒരിക്കലും ഒരിടത്തും തന്റെ പേരോ പശ്ചാത്തലമോ നൽകിയിട്ടില്ലെന്ന് ലാഹിരി ഓർത്തു, അതിനാൽ ലാഹിരി അദ്ദേഹത്തിന് "മഹാവതാർ ബാബാജി" എന്ന പേര് നൽകി.

ഇന്ത്യയിലെ പല സാധുക്കളെയും ബാബാജി എന്നും ചിലപ്പോൾ "ബാബാജി മഹാരാജ്" എന്നും വിളിക്കുന്നു, ഇത് മഹാവതാർ ബാബാജിക്കും സമാന പേരുകളുള്ള മറ്റ് സാധുക്കൾക്കുമിടയിൽ ആശയക്കുഴപ്പം സൃഷ്ടിച്ചു.

മഹാവതാർ ബാബാജിയുമായി ലാഹിരി നിരവധി കൂടിക്കാഴ്ചകൾ നടത്തി, പരമഹംസ യോഗാനന്ദയുടെ ഒരു യോഗിയുടെ ആത്മകഥ, യോഗിരാജ് ശ്യാമ ചരൺ ലാഹിരി മഹാശയ (ലാഹിരിയുടെ ജീവചരിത്രം), പുരാണ പുരുഷൻ: യോഗിരാജ് ശ്രീ ഷാമ ചൂർൺ ലാഹിരി, എന്നിവയുൾപ്പെടെ നിരവധി പുസ്തകങ്ങളിൽ ഇത് വിവരിച്ചിട്ടുണ്ട്.

സമ്പൂർണ ശ്രീപാദ വല്ലഭ ചരിതം എന്ന ഗ്രന്ഥത്തിൽ ശ്രീ ലഹിരി മഹാശയനെ ക്രിയായോഗത്തിന് തുടക്കമിട്ട ശ്രീ ഷിർദ്ദി സായിബാബയുടെ ഗുരുവായി പരാമർശിക്കുന്നുണ്ട്.

10

ശ്യാമചരൺ ലാഹിരിയുടെ ശിഷ്യന്മാർ

ശ്യാമചരൺ ലാഹിരിയുടെ നിരവധി ശിഷ്യരും ബാബാജിയെ കണ്ടതായി സാക്ഷ്യപ്പെടുത്തിയിട്ടുണ്ട്. പരസ്പരം നടത്തിയ ചർച്ചകളിലൂടെയും ഈ കണ്ടുമുട്ടലുകളിൽ ചിലതിൽ രണ്ടോ അതിലധികമോ സാക്ഷികൾ ഉണ്ടായിരുന്നു എന്ന വസ്തുതയിലൂടെയും, തങ്ങൾ കണ്ട വ്യക്തി മഹാവതാർ ബാബാജി എന്ന് ലാഹിരി വിളിച്ച അതേ സാധുവാണെന്ന് അവർ സ്ഥിരീകരിച്ചു.

1894-ൽ അലഹബാദിൽ നടന്ന കുംഭമേളയിൽ ലാഹിരിയുടെ ശിഷ്യനായ യുക്തേശ്വർ ഗിരി മഹാവതാർ ബാബാജിയെ കണ്ടുമുട്ടി. ലാഹിരിയും മഹാവതാർ ബാബാജിയും തമ്മിലുള്ള സാമ്യം അദ്ദേഹത്തെ ഞെട്ടിച്ചു. ബാബാജിയെ കണ്ടുമുട്ടിയ മറ്റുള്ളവരും സാമ്യത്തെക്കുറിച്ച് അഭിപ്രായപ്പെട്ടു. ഈ യോഗത്തിലാണ് മഹാവതാർ ബാബാജി ശ്രീ യുക്തേശ്വരനോട് കൈവല്യ ദർശനം അഥവാ വിശുദ്ധ ശാസ്ത്രമായി മാറാൻ പോകുന്ന പുസ്തകം എഴുതാൻ നിർദ്ദേശിച്ചത്. മഹാവതാർ ബാബാജിയുമായി യുക്തേശ്വർ രണ്ട് കൂടിക്കാഴ്ചകൾ കൂടി നടത്തി, അതിൽ ലാഹിരി മഹാശയന്റെ സാന്നിധ്യത്തിൽ ഒന്ന് കൂടി ഉണ്ടായിരുന്നു.

ലാഹിരിയുടെ മറ്റൊരു ശിഷ്യനായ പ്രണബാനന്ദ ഗിരിയും മഹാവതാർ ബാബാജിയെ ലാഹിരിയുടെ വീട്ടിൽ വച്ച് ലാഹിരിയുടെ സാന്നിധ്യത്തിൽ കണ്ടുമുട്ടി. പ്രണബാനന്ദ മഹാവതാർ ബാബാജിയോട് അദ്ദേഹത്തിന്റെ പ്രായം ചോദിച്ചു. മഹാവതാർ

ബാബാജി പ്രതികരിച്ചത് അക്കാലത്ത് തനിക്ക് ഏകദേശം 500 വയസ്സായിരുന്നു എന്നാണ്.

ലാഹിരിയുടെ ശിഷ്യനായ കേശബാനന്ദ, മഹാവതാർ ബാബാജിയെ 1935-ഓടെ ബദരീനാഥിനടുത്തുള്ള പർവതനിരകളിൽ വച്ച് കണ്ടുമുട്ടിയതിനെക്കുറിച്ച് പറയുന്നു. ആ യോഗത്തിൽ, പരമഹംസ യോഗാനന്ദന് വേണ്ടി ബാബാജി തനിക്ക് ഒരു സന്ദേശം നൽകിയതായി പ്രണബാനന്ദ സാക്ഷ്യപ്പെടുത്തി, "അദ്ദേഹം ആകാംക്ഷയോടെ പ്രതീക്ഷിക്കുന്നതുപോലെ ഞാൻ ഇത്തവണ അദ്ദേഹത്തെ കാണില്ല; എന്നാൽ മറ്റൊരു അവസരത്തിൽ ഞാൻ അദ്ദേഹത്തെ കാണും." തന്റെ പുസ്തകത്തിൽ. ഒരു യോഗിയുടെ ആത്മകഥയായ പരമഹംസ യോഗാനന്ദ എഴുതിയത്, മഹാവതാർ ബാബാജി തന്റെ അമേരിക്കയിലേക്കുള്ള യാത്രയ്ക്ക് മുമ്പ് അദ്ദേഹത്തെ സന്ദർശിക്കുകയും അദ്ദേഹത്തെ അഭിസംബോധന ചെയ്യുകയും ചെയ്തു, "പാശ്ചാത്യ രാജ്യങ്ങളിൽ ക്രിയായോഗയുടെ സന്ദേശം പ്രചരിപ്പിക്കാൻ ഞാൻ തിരഞ്ഞെടുത്തത് നിങ്ങളെയാണ്. എന്നതായിരുന്നു ആ അഭിസംബോധന.

മഹാവതാർ ബാബാജിയുമായുള്ള കൂടിക്കാഴ്ചകൾ സാക്ഷ്യപ്പെടുത്തിയ ലാഹിരിയുടെ മറ്റ് ശിഷ്യന്മാരിൽ കേബോലാനന്ദ ഗിരി, രാം ഗോപാൽ മുജുംദാർ എന്നിവരും ഉൾപ്പെടുന്നു, അദ്ദേഹം മഹാവതാർ ബാബാജിയെയും അദ്ദേഹം മാതാജി എന്ന് വിളിച്ചിരുന്ന അദ്ദേഹത്തിന്റെ സഹോദരിയെയും കണ്ടുമുട്ടിയതായി വിവരിച്ചു. കൂടാതെ, ത്രൈലംഗ സ്വാമിയുടെ ശിഷ്യയായ ശങ്കരി മാത (ശങ്കരി മയി ജിയെന്നും അറിയപ്പെടുന്നു) ലാഹിരി മഹാശയനെ സന്ദർശിക്കുന്നതിനിടെ മഹാവതാർ ബാബാജിയെ കണ്ടുമുട്ടി.

പരമഹംസ യോഗാനന്ദ തന്റെ ആത്മകഥയിൽ മഹാവതാർ ബാബാജിയുടെ ഭൂമിയിലെ പങ്കിനെക്കുറിച്ച് വിവരിച്ചു:

മഹാവതാർ ക്രിസ്തുവുമായി നിരന്തരമായ സംസർഗ്ഗത്തിലാണ്; അവർ ഒരുമിച്ച് വീണ്ടെടുപ്പിന്റെ പ്രകമ്പനങ്ങൾ പുറപ്പെടുവിക്കുകയും ഈ യുഗത്തിനായി രക്ഷയുടെ ആത്മീയ സാങ്കേതികത ആസൂത്രണം ചെയ്യുകയും ചെയ്തു. പൂർണ്ണമായി പ്രകാശിതമായ ഈ രണ്ട് യജമാനന്മാരുടെ പ്രവർത്തനം-ഒരാൾ ശരീരം കൊണ്ട്, ഒരാൾ അതില്ലാതെയും പ്രവർത്തിക്കുന്നു -ചാവേർ ആക്രമണങ്ങൾ, വംശീയ

വിദ്വേഷങ്ങൾ, മതപരമായ വിഭാഗീയത, ഭൗതികതയുടെ തിരിച്ചടികളും -തിന്മകളും എന്നിവ ഉപേക്ഷിക്കാൻ രാഷ്ട്രങ്ങളെ പ്രചോദിപ്പിക്കുക എന്നതാണ് അവരുടെ ദൗത്യം. ആധുനിക കാലത്തെ പ്രവണതയെക്കുറിച്ച്, പ്രത്യേകിച്ച് പാശ്ചാത്യ നാഗരികതയുടെ സ്വാധീനത്തെയും സങ്കീർണ്ണതകളെയും കുറിച്ച് ബാബാജിക്ക് നന്നായി അറിയാം, കൂടാതെ യോഗയുടെ സ്വയം വിമോചനങ്ങൾ പടിഞ്ഞാറും കിഴക്കും തുല്യമായി പ്രചരിപ്പിക്കേണ്ടതിന്റെ ആവശ്യകത മനസ്സിലാക്കുന്നു.

കൂടാതെ, ചില കണക്കുകൾ പ്രകാരം ബാബാജിക്ക് കാഴ്ചയില് പ്രായമില്ലെന്നും പ്രണബാനന്ദയുടെ അഭിപ്രായത്തിൽ ഏകദേശം 1800-കളുടെ അവസാനത്തിൽ ഏകദേശം 500 വർഷത്തോളം വയസുണ്ട് എന്നുമാണ് അത്ഭുതകരമായ വസ്തുത. ലാഹിരിയുടെ ശിഷ്യന്മാർ പറയുന്നതനുസരിച്ച്, ബാബാജിയുടെ വയസ്സ്, കുടുംബം, ജന്മസ്ഥലം, യഥാർത്ഥ പേര്, അല്ലെങ്കിൽ മറ്റ് വിശദാംശങ്ങളോ ആർക്കും അറിയില്ലെന്ന് യോഗാനന്ദ സാക്ഷ്യപ്പെടുത്തുന്നു.

ശങ്കരിമാതയും ശിഷ്യരും

11

പരിശുദ്ധമാതാവ്

യോഗാനന്ദയുടെ ആത്മകഥ പ്രകാരം, അദ്ദേഹത്തിന് മാതാജി ("പരിശുദ്ധ മാതാവ്" എന്നർത്ഥം) എന്ന് വിളിക്കപ്പെടുന്ന ഒരു സഹോദരിയുണ്ട്, അവൾ നൂറ്റാണ്ടുകളായി ജീവിച്ചിരുന്നു. അവളുടെ ആത്മീയ നേട്ടത്തിന്റെ നിലവാരം അവളുടെ സഹോദരനുമായി താരതമ്യപ്പെടുത്താവുന്നതാണ്, അവൾ ഒരു ഗുഹയിൽ ആത്മീയ ഉന്മേഷത്തിൽ ജീവിക്കുന്നു. പുസ്തകത്തിൽ മൂന്ന് പേജുകൾ മാത്രമേ അവർക്കായി സമർപ്പിച്ചിട്ടുള്ളൂവെങ്കിലും, രാം ഗോപാൽ അവളെ "യുവതിയും അതിമനോഹരവും" കൂടാതെ "മഹത്തായ സ്ത്രീ" എന്നും വിശേഷിപ്പിച്ചിരിക്കുന്നു.

യോഗാനന്ദൻ പറയുന്നത് "ബാബാജി-കൃഷ്ണനോട്" ഉച്ചത്തിൽ പ്രാർത്ഥിച്ചിരുന്നു എന്നാണ്. അദ്ദേഹം ഒരു കൃഷ്ണ ഭക്തനായിരുന്നു.

1967-ൽ പുറത്തിറങ്ങിയ ബീറ്റിൽസിന്റെ ആൽബമായ സർജന്റിന്റെ കവറിൽ മഹാവതാർ ബാബാജി ഉണ്ടായിരുന്നു. പെപ്പേഴ്സ് ലോൺലി ഹാർട്ട്സ് ക്ലബ് ബാൻഡ്. ജോർജ്ജ് ഹാരിസണിന്റെ 1974-ലെ ആൽബം ഡാർക്ക് ഹോഴ്സിന്റെ കവറിലും അദ്ദേഹത്തെ കാണാം.

നീൽ ഡൊണാൾഡ് വാൽഷ് എഴുതിയ ദൈവവുമായുള്ള സംഭാഷണങ്ങളുടെ പുസ്തകം 3 (1998) ൽ, ലാസറിനെയും യേശുവിനെയും മറ്റുള്ളവരെയും പോലെ ബാബാജി ഒരു കാലത്ത് മരിച്ചവരിൽ നിന്ന് ഉയിർത്തെഴുന്നേറ്റിട്ടുണ്ടാകാമെന്ന് പരാമർശിക്കുന്നുണ്ട്.

2002ൽ രജനികാന്ത് എഴുതിയ ബാബ എന്ന തമിഴ് ചിത്രം ബാബാജിയെ അടിസ്ഥാനമാക്കിയുള്ളതാണ്. സ്വാമി മഹേശ്വരാനന്ദ തന്റെ ദി ഹിഡൻ പവർ ഇൻ ഹ്യൂമൻസ് എന്ന പുസ്തകത്തിൽ ഇതിഹാസപുരുഷനായ ബാബാജിയുടെ ഗുരു ശ്രീ അലഖ് പുരിജിയാണെന്ന് എഴുതുന്നു.

തന്റെ ആത്മകഥയായ Apprenticed to a Himalayan master: a yogi's autobiography (2010), ശ്രീ എം (മുംതാസ് അലി) നീലകണ്ഠ കുന്നിന് സമീപം ബാബാജിയുമായുള്ള കൂടിക്കാഴ്ചയെക്കുറിച്ച് വിവരിക്കുന്നു. ശ്രീ എം തന്റെ പുസ്തകത്തിൽ, ബാബാജിയെ സ്വർണ്ണ നിറമുള്ള, നഗ്നമായ ശരീരമുള്ളവനായി വിവരിച്ചു, തിളങ്ങുന്ന വെളുത്ത അരക്കെട്ട്, മുട്ടുകൾ വരെ എത്താത്ത ഒരു തിളങ്ങുന്ന തുണിയും തോളിലേക്ക് വീഴുന്ന തവിട്ടുനിറത്തിലുള്ള മുടിയും ഒഴികെ. ബാബാജിയിൽ നിന്ന് മനോഹരമായ ഒരു സുഗന്ധം പുറപ്പെടുവിച്ചതായി അദ്ദേഹം പരാമർശിച്ചു, അവൻ ദിവ്യമായി കാണപ്പെട്ടു. തന്റെ പുസ്തകത്തിന്റെ രണ്ടാമത്തെ അവസാന അധ്യായത്തിൽ, ബാബാജി തന്നെ പരമശിവനായിരുന്നുവെന്ന് അദ്ദേഹം പരാമർശിക്കുന്നു. ബാബാജി തന്റെ രൂപം ശിവനായി മാറുന്നത് വീണ്ടും വീണ്ടും കാണുന്നത് അദ്ദേഹം വിവരിക്കുന്നു. സായിബാബ, ജീസസ്, ഗുരുനാനാക്ക് തുടങ്ങി നിരവധി പേർ മഹാവതാർ ബാബാജിയുടെ ശിഷ്യരായിരുന്നുവെന്നും അദ്ദേഹം പരാമർശിക്കുന്നു.

ഇംഗ്ലീഷ് റോക്ക് ബാൻഡ് സൂപ്പർട്രാമ്പിലെ ഗാനരചയിതാവ് റോജർ ഹോഡ്സൺ മഹാവതാർ ബാബാജിയെ പരാമർശിച്ച് "ബാബാജി" എന്ന ഗാനം രചിച്ചു. ഈ ഗാനം അവരുടെ 1977-ലെ ആൽബത്തിൽ ഈവൻ ഇൻ ദ ക്വയറ്റസ്റ്റ് മൊമന്റ്സിൽ റെക്കോർഡ് ചെയ്ത് പുറത്തിറങ്ങി.

ശ്രീ എം

12

ബാബാജിയുടെ ശിഷ്യന്മാർ

1.കബീർ (1407- 1518)

2.ലഹ്രി മഹാശയൻ (828-1895)

3. ശ്രീ യുക്തേശ്വർ ഗിരി മഹാരാജ് (1855-1936)

4.സ്വാമി പരമഹംസ യോഗാനന്ദൻ (1893-1952)

5.യോഗി S.A.A രാമയ്യ (1923-)

6. വി ടി നീലകണ്ഠൻ (1901-)

ബാബാജി കേവ്

വിനോദ് നാരായണൻ

• 39 •

വിനോദ് നാരായണന്

മലയാളസാഹിത്യഭൂമികയിൽ ക്രൈം ത്രില്ലർ നോവലുകളിലൂടെയും ബാലസാഹിത്യ കൃതികളിലൂടെയും തന്റേതായ ചെറിയ ഒരിടം സ്ഥാപിച്ച എഴുത്തുകാരൻ. ഇംഗ്ലീഷിലും

മലയാളത്തിലുമായി 160 ൽ അധികം പുസ്തകങ്ങൾ എഴുതി പ്രസിദ്ധീകരിച്ചു. ആദ്യത്തെ കഥ പ്രസിദ്ധീകരിച്ചത് 1997 ൽ മംഗളം വാരിക ആയിരുന്നു. പക്ഷികൾ ചേക്കേറുന്നിടം എന്ന ആ കഥയിൽ തുടങ്ങിയ എഴുത്തു ജീവിതം ഇന്നും തുടരുന്നു. ആദ്യ നോവൽ മായക്കൊട്ടാരം 1999 ൽ മനോരാജ്യം വാരിക ഖണ്ഡശഃ പ്രസിദ്ധീകരിച്ചു. തുടർന്ന് മലയാളത്തിലെ നിരവധി പ്രസാധകരിലൂടെ പുസ്തകങ്ങൾ പ്രസിദ്ധീകരിച്ചു. പ്രമുഖ ഇല്ലസ്ട്രേറ്ററായ അനിൽ നാരായണൻ ഇദ്ദേഹത്തിന്റെ അനുജനാണ്. ഇവരുടെ കൂട്ടുകെട്ടിലൂടെ നിരവധി ബാലസാഹിത്യകൃതികൾ പ്രസിദ്ധീകരിക്കപ്പെട്ടു.

1975 ൽ തൃപ്പൂണിത്തുറയിൽ ജനിച്ചു. ഹൈസ്കൂൾ വിദ്യാഭ്യാസം ചോറ്റാനിക്കരയിൽ. എംജി യൂണിവേഴ്സിറ്റിയിൽ നിന്ന ബിരുദാനന്തര ബിരുദം നേടിയ ശേഷം പത്രപ്രവർത്തകനായി അൽപകാലം ജോലി നോക്കി. പിന്നീട് ഫ്രീലാൻസ് എഴുത്തുകാരനായി. സ്വന്തമായി പുസ്തകപ്രസാധക സംരംഭം ഉണ്ട്. നിരവധി ഹ്രസ്വചിത്രങ്ങൾ ചെയ്തു. ഇപ്പോൾ വൈക്കത്തിനടുത്തുള്ള ചെമ്പ് എന്ന ഗ്രാമത്തിൽ താമസിക്കുന്നു.

വിലാസം: ശിവരഞ്ജിനി, മത്തുങ്കൽ റോഡ്
ചെമ്പ്, വൈക്കം. കോട്ടയം ജില്ല. പിൻകോഡ് 686608
Email : boonsenter@gmail.com